ఉషా కిరణాలు

కవితలు

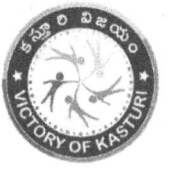

కస్తూరి విజయం
VICTORY OF KASTURI

ఉషా లెనిన్

చిలుకూరి ఉషా రాణి

All Rights Reserved

No part of this publication may be reproduced, stored, in or introduced into a retrieval system, or transmitted, in any form by any means may it be electronically, mechanical, optical, chemical, manual, photocopying, or recording without prior written permission of the Author.

ఉషా కిరణాలు

by

చిలుకూరి ఉషా రాణి

Address

Chilukuri Usha Rani
W/o Lenin babu Chilukuri
3-57, Near Gandhi Bomma, Thimmapuram,
Edlapadu mandal, Palnadu Dt.
Andhra Pradesh-522233

Ph: ++919493120493
Email : ushaleninchilukuri@gmail.com

Copyright: Chilukuri Usha Rani

First Edition

Published by
Kasturi Vijayam, May-2025

ISBN: 978-81-987108-5-7

Print On Demand

Ph:0091-9515054998
Email: Kasturivijayam@gmail.com

Books available
@
Ph:0091-9515054998

Email: Kasturivijayam@gmail.com
Amazon (Worldwide), Flipkart

అంకితం

మన్నెం శ్రీలక్ష్మి   మన్నెం వెంకటేశ్వరరావు

అమ్మ.. నాన్నకు.. ప్రేమతో..

ముందు మాట

ఆది మంత్రమైన మహా బీజాక్షరం "ఓంకారం"తో మొదలైన నా అక్షర అభ్యాస ప్రయాణంలో, ఈ నాటికి, భగవంతుని అనుగ్రహంతో, తల్లిదండ్రుల ఆశీస్సులతో పుస్తక రూపంలో ఆవిష్కరించబడింది నా ప్రథమ కవితా సంపుటి

"ఉషా కిరణాలు".

ఏ క్షణాన అక్షరాలు నా జట్టు కట్టాయో తెలీదు కానీ, ఎన్నో పరిచయాలు, ఎన్నో మధురానుభూతులు, అందులో కొన్ని మలుపులు, ఇంకొన్ని అనుభవాలతో సాగింది నా అక్షర సావాసం షడ్రుచుల సమ్మేళనంగా.

సరదాగా మొదలైన మా మైత్రి, కవన సేద్యం వైపు నడిపించింది నన్ను. ఆలోచనా శక్తికి ఆచరణాత్మక దిశకై ఇప్పుడిప్పుడే తొలి అడుగులు వేస్తున్నాను.

విశ్వంలో ఎన్నో వింతలు, విశేషాలు, మన ఆలోచనా శక్తికి అందని మరెన్నో అద్భుతాలు, మన మనసుకు హత్తుకునే భావనలు.. ఆ అనుభూతులను అక్షరాలలో బంధించి అందంగా లిఖించగలిగితే ఎంతో బాగుంటుంది కదా.

అల్లుకుపోయే తీగ నువ్వవ్వాలే కానీ, కవితాసుమ సౌరభాల సుగంధ పరిమళాలు నిన్ను చుట్టేయవూ...

ఆలకించే మనసుండాలే కానీ, కవితాస్వరం పైరగాలల్లే నిన్ను పరవశింపచేయదూ...

ఇష్టపడాలే గాని, శూన్యానైనా చేధించగల సూత్రమైపోదూ...

కవన ప్రపంచంలోకి నూతనంగా అడుగిడుతున్న నన్ను స్వాగతించి ఆశీర్వదిస్తారని కోరుకుంటున్నాను.

నా ఈ చిరు ప్రయత్నంలో మీ అమూల్యమైన సలహాలు అందించగలరని ఆశిస్తున్నాను.

మానవీయ విలువలను విభిన్న కోణాలలో చూపిస్తూ, సమాజాభివృద్ధికి తోడ్పడే రచనలు అందిస్తూ, వ్యక్తిత్వ వికాసానికి, దేశ ప్రగతికి దోహద పడే సాహిత్య రచనలు చేస్తూ సంస్కృతినీ, సనాతన ధర్మ పరిరక్షణకై పాటుపడే ఎందరో కవులు, కవయిత్రులు, రచయితలు నాకు ఆదర్శం.

సర్వేజనా సుఖినోభవంతు.

చిలుకూరి ఉషా రాణి

నా వందనాలు

ఎల్లలు లేని ప్రేమను పంచుతూ, విద్యాబుద్ధులు నేర్పించి, నన్ను ఉన్నతంగా తీర్చిదిద్దిన మా అమ్మ నాన్న, మన్నెం శ్రీలక్ష్మి, వెంకటేశ్వరరావు గారికి నా ప్రధమ వందనం.

నా జీవిత భాగస్వామి, అడుగడుగునా నా వెన్ను తట్టి ప్రోత్సహించే ప్రియమైన మా శ్రీవారు చిలుకూరి లెనిన్ బాబు (శ్రీనివాస్) గారికి నా హృదయపూర్వక వందనాలు.

నన్ను తల్లిగా నిండు చేసిన నా బంగారు ముద్దుల కూతుళ్లు చి ॥ జాహ్నవి, చి ॥ పూజిత సాయి లకు నా ఆశీస్సులు.

నాపై ప్రేమానురాగాలు కురిపించే నా తోబుట్టువులు నాగ మధు కిరణ్, నాగలక్ష్మి, నాగచైతన్య లకు ప్రేమ పూర్వక వందనాలు.

నా శ్రేయస్సు కోరే నా మిత్రులకు, శ్రేయోభిలాషులకు వినయ పూర్వక వందనాలు.

నా అక్షరాలను అందంగా గ్రంథస్తం చేసిన కస్తూరి విజయం పబ్లికేషన్స్ వారికి నా వందనాలు.

చిలుకూరి ఉషా రాణి

కవితాసంపుటి

1. అక్షర జ్ఞానం 1

2. దాచుకో 2

3. అడవిలోకి 3

4. ఎందుకు 4

5. దాగి ఉన్నావా 5

6. నువ్వు 6

7. అడ్డు ఎవరు 7

8. నేస్తమా 8

9. నువ్వు నేను 10

10. దూరం 11

11. తోడు 12

12. గంట గడిచింది 13

13. చెలిమి 14

14. నవ్వవా 15

15. ఏల వచ్చావో 16

16. దగ్గరికి రాకు 18

17. ఆమె ఇల్లు 19

18. ఏం చేసావో 20

19. ముందు వెనుక 21

20. అదీ...నేనే! 22

21. అంతరంగం 25

22. సాగిపోనీ!	26
23. మనసు	28
24. ఏం లాభం	31
25. అడ్డపడకు	32
26. చివరిదాకా	33
27. జ్ఞాపకాలు	36
28. మీరు, నేను	37
29. బంధం	39
30. అడ్డు రాకు	39
31. అద్దం	40
32. నేను, నా వెనుక	41
33. నీ నంబర్	42
34. అక్షర రూపం	44
35. కాలం	46
36. నిప్పులాంటి నిజం	49
37. నీవు	50
38. బ్రతుకు పోరాటం	51
39. అలసి పోతున్నారు	53
40. మా పల్లె	55
41. ఆయుధం	59
42. భయం భయం	61
43. ఎవరివో నువ్వు	62

44. నేస్తమా	63
45. నా రచన	65
46. ఎవరు నువ్వు	66
47. ప్రాధేయ పడుతున్న.	67
48. వెలేస్తున్న!	68
49. తెలియదే.. ముందుగా	69
50. లేఖ	73
51. ప్రేమ	75
52. చిరునామా	76
53. ప్రకృతితో నా ప్రయాణం	77
54. అంజలి	82
55. నేను	83
56. కాల పరీక్ష	84
57. నేర్చించు	86
58. మొండి ఘటం	87
59. మసురు	88
60. .వేచి ఉన్న	89
61. వెతుకుతున్న	90
62. విచిత్రం	91
63. అమ్మ	92
64. నిజం	94
65. అవసరమా	96

66. నీటి కల్లోలం	97
67. పాడుబడిన రోజులు	99
68. పదునైన చూపులు	101
69. నా పాపాయి	103
70. ఆనందం	106

1. అక్షర జ్ఞానం

ఒక్కో అక్షరం

ఒక్కో శక్తి సమూహం

ప్రతి అక్షరం

ఒక ప్రత్యేక సైన్యం.

ఏ అక్షరానికి ఏ శక్తి కలదో!

ఏ అక్షరానికి ఎంత విలువ ఉన్నదో!

అక్షరాల అల్లిక లో, ఏ సుగంధ పరిమళాలు దాగున్నాయో...

ఏ ఆప్యాయతను పంచడానికి ఎదురుచూస్తున్నాయో ...

ఏ అక్షరం ఏ మలుపును చూపిస్తుందో!

ఆస్వాదించాలన్నా ...అనుభూతి చెందాలన్నా ...

అక్షరాలతో సావాసం చేస్తేనే కదా

అక్షర జ్ఞానం వచ్చేది.

అజ్ఞానం నుంచి జ్ఞానం వైపు నడిపించే నేస్తం తను.

అందుకే...

అక్షరాలతో స్నేహం ..

అక్షయపాత్రతో సమానం.

2. దాచుకో

ఏ అవసరం ఎప్పుడు వస్తుందో
సహాయపడటానికి, సహాయం పొందడానికి,
కొంచెం మంచితనాన్ని దాచుకో

ఏ నిమిషం ఏం జరుగుతుందో
తట్టుకొని నిలబడడానికి, ధైర్యంగా ఎదుర్కోవడానికి
కొంచెం ధైర్యాన్ని దాచుకో

ఎటునుంచి ఏ ఆపద వస్తుందో
తప్పించుకోవడానికి, కాపాడ్డానికి
కొంచెం తెలివిని దాచుకో

నువ్వు వెళ్లే దారిలో ముళ్ళుంటాయి, రాళ్లుంటాయి
కష్టాలను పంటి బిగువున దాచుకో
ఎందరికో నీ దారిని రహదారిగా మార్చడానికి.

3. అడవిలోకి

ఓ మనిషీ...

అడవిలోకి పోకు

ఝుమ్మని నాదాలతో... గలగల సవ్వడులతో...

వన్నె చిన్నెల వయ్యారంతో...

సిరుల సింగారంతో...

స్వేచ్ఛగా, యథేచ్ఛగా... విహరించే.... ప్రకృతికాంతకు

సంకెళ్లు వేయకు.

ఆంక్షల్లో నెట్టకు.

అడవిని ఆవిరి చేసి, ప్రపంచాన్ని అంధకారంలోకి

తోసెయ్యకు!

4. ఎందుకు

ఎదురుపడితే ప్రక్కకు తిరుగుతావు
ప్రక్కన లేకుంటే... ఎదురు చూస్తావు
ఎందుకో తపిస్తావు
తెలపమంటే తెల్ల మొహం వేస్తావు

దూరంగా ఉండాలని నిర్ణయం తీసుకొని
దగ్గరయ్యే మార్గాలను అన్వేషిస్తావు
మెత్తని మనసుకు కఠినమైన మాటల తూటాలనే
కవచంగా చేస్తావ్, కరిగిపోనీయకుండా.

5. దాగి ఉన్నావా

పూలలో దాగున్న పరిమళంలా ...
పూల సొగసునల్లుకున్న సుకుమారం లా...
విడదీయలేనంతగా, వీడిపోలేనంతగా
దాగి ఉన్నావా!
నాలో నీవు

నా మదిలో ప్రతిష్టించుకున్న నీ రూపానికి,
ప్రాణం పోసి, ఆయువై!
నా గుండెకు సవ్వడై ...
దాగి ఉన్నావా!
లయబద్ధంగా...
రెండు హృదయాలను ఒక్కటి చేసి!
ప్రకృతి- వికృతి
కోప-తాపాలలో
ప్రేమా -వేశాలలో
షడ్రుచుల సమ్మేళనంగా
దాగి ఉన్నావా!!
నాలో నీవు
నా నువ్వుగా!!

6. నువ్వు

నువ్వు కనిపిస్తే
పున్నమి వెన్నెలే
లేకుంటే
నిండు అమవాస నాకు.

నీ పిలుపు వినిపిస్తే
సెలయేటి పరవళ్లే నాలో
లేకుంటే
ఎడారిలో ఎండమావులే.

నీవుంటే చైత్రమే ఎల్లప్పుడూ
లేకుంటే శిశిరమే నామదికి

7. అడ్డు ఎవరు

తిరిగే భువనానికి ...

కాల గమనానికి ...

వీచే గాలికి ...

ప్రసరించే కాంతికి...

కమ్ముకు వచ్చే చీకటికి ...

అడ్డెవరు!!

ఉప్పొంగే నీటి ప్రవాహానికి ...

పెను తుఫానుకు...

కార్చిచ్చుకు...

మదిలో మెదిలే ఆలోచనలకు

మదిని చీల్చుకు వచ్చే తెగింపుకు

అడ్డెవరు

సంకల్పబలంతో ముందుకు అడుగేసే వారికి

అడ్డెవరు

8. నేస్తమా

రవ్వంత సడిలేని మదిలో
రేగిన చిన్న అలజడి,
శబ్ద తరంగమై, ఘోషిస్తుంటే,

నన్నే పుస్తకంగా మలచి
ప్రతి పుటను అందంగా తీర్చి
చిత్రమైన చిత్రాలను చిత్రించి
నా మనసును లిఖించాను, చదువుకో వైనంగా

కన్నుల చాటున నక్కి ఉన్న
రంగు రంగుల కలలన్నింటినీ పోగుచేసి
రంగవల్లి వేశాను
నీ మనసు ముంగిట్లో,
చూసుకో ముచ్చటగా

దివీ భువి మధ్య
తరగని దూరాలే అయినా,
తరిగిపోని, విడదీయలేని బంధమే వాటిది.

ఇలపై నున్న పచ్చని పైరుకు,
ఎక్కడో ఉన్న వాన చినుకు కావాలి
అట్లాగే
దూరాన ఉన్న నాకు,
స్వచ్ఛమైన నీ చెలిమి వీచికలు కావాలి.
నేస్తమా.

9. నువ్వు నేను

పాల నురుగులతో పొంగిపోతూ , జల జల జాలువారే ....
జలపాతం నేను
నిటారుగా నిలిచి, జలపాతంలో నిలువునా తడిచి ముద్దయ్యే
బండ రాయివి నువ్వు.

చిలిపిగా, అల్లరిగా సాగే ... కుదురు లేని అలుపెరుగని
చిరు చిరు అలనే నేను
కదలక మెదలక, అదురు బెదురూ లేని
నిశ్చలమైన తీరం నువ్వు.

చలనం నేను
చలించని జడత్వం నువ్వు
రెండిటినీ ముడి వేసింది ఒకటిగా .. ఏదో బంధం !
ఇద్దరిదీ విడదీయరాని జన్మ జన్మల అనుబంధం

10. దూరం

నువ్వు ఆ వైపు

నేను ఈ వైపు

ఇద్దరి మధ్యన దూరం అడుగయినా,

అందుకోలేనంత దూరం

ఏ చేయీ చెరపలేని దూరం

ఏ చెలిమీ కలపలేని దూరం

అయినా నడిచే బాట ఒక్కటే

నడిపే సమయమూ ఒక్కటే.

కాలం వెనక్కి నడవలేదు, నేను నీదరి చేరనూ లేను

దగ్గర కాలేని దూరాలం.

ఒకే పంచన చేరిన మనస్సాక్షులం!

11. తోడు

మనసుకు కావలసింది అనుభూతులే , అనుభవాలు కాదు.
గతి తప్పిన మనసుకు కావాలి నీ మనసు తోడు, దిక్సూచిలా

నా మనసు గది ని శుభ్రం చేయాలి, నీ చెలిమితో
భారమైన, బరువైన బాధలను దించేసుకోవాలి.
సరికొత్త ఆలోచనలతో, కొత్త ఆశలకు ఊపిరి పోయాలి.

చోరులు చొరబడకుండా,
ఆనందాన్ని హరించుకుపోనీయకుండా,
నా మనసు గదికి తాళం వేయాలి.
పదిలంగా చూసుకోవాలి

12. గంట గడిచింది

గంట గడిచింది
మరో గంటను స్వాగతిస్తూ.....
జ్ఞాపకాలను పోగు చేసుకోమని సలహా ఇస్తూ, ఆజ్ఞాపిస్తూ...
ఆ గంట సెలవు తీసుకుంది.

ఒక్కొక్క క్షణం వేచి చూస్తున్నా ! ఆతృతగా, నీ పిలుపు కోసం!
క్షణాలు గడిచేకొద్దీ దిగులు మొదలైంది,
ఈ గంట కూడా మెల్లగా జారుకుంటుందేమో,
మన జాడల్ని కలుపుకోకుండా!!

13. చెలిమి

నువ్వు అనంతమైన ఆకాశం
నేను అంతు పట్టని మహా సాగరాన్ని

తారలన్నీ నీకు తోరణాలు
ముత్యాలన్నీ నాకు ఆభరణాలు

నిత్యం అలల హోరుతో నిన్ను పిలుస్తూనే ఉంటాను
క్షణమైనా మరువకుండా,
నువ్వు నవ్వులు కురిపిస్తూనే ఉంటావు వెండిమబ్బులై
నల్లని మబ్బులని చినుకులుగా మార్చి
దరిచేరుకుంటావు ప్రేమ గా...

14. నవ్వవా

ఓసారి నవ్వవా,
చిలిపిగా నవ్వవా .. చింతలు తీర్చేలా
సిరులొలికే ఆ నవ్వు సుగంధమై తాకాలి నన్నే.

ఓసారి నవ్వవా,
మనసారా నవ్వవా ... ఆణిముత్యాలు రాలేలా
అందాలు చిందే ఆ నవ్వు చందనమై చేరాలి నన్నే.

ఓసారి నవ్వవా...
పకపక నవ్వవా .... ప్రకృతి పులకించేలా
పసి పాపల్లే నవ్వవా, పసితనమే పొంగేలా...
ఆ నవ్వు కలకాలం నిలిచి పోవాలి నాలో.

15. ఏల వచ్చావో

ఏ వెలసిన రంగుకు కొత్త కళను ఆపాదించగా వచ్చావో
ఏ మోడు వారిన బ్రతుకున చిగురించగా వచ్చావో
ఏ మాసిన జీవితాలకు మెరుగులు దిద్దగా వచ్చావో
ఏ కళా విహీనానికి కళాత్మకమై వచ్చావో

ఏ వలస జీవితాలకు వసతి కై వచ్చావో
ఏ బానిస బ్రతుకులకు భరోసాగా వచ్చావో
ఏ శాపానికి విముక్తిగా వచ్చావో
ఏ గోరంత దీపానికి కొండంత ఆశగా వచ్చావో

ఏ మాట సాయంగా వచ్చావో
ఏ ముళ్ళబాటను పూలబాటగా మార్చగా వచ్చావో
ఏ దీనుల నుద్ధరించగ వచ్చావో
ఏ మాడిన ముఖాలపై నవ్వులు పూయించగా వచ్చావో

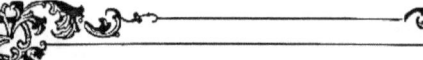

ఏ కలల పంటగా వచ్చావో

ఏ బీటలను బాటగ మార్చగ వచ్చావో

ఏ రూపురేఖల్ని మార్చగ వచ్చావో

ఏ ఆశకు ఆయువుగా వచ్చావో

ఏ రాతి గుండెలను కరిగించగ వచ్చావో

ఏ రాక్షస మూకని కబళించగ ఉప్పెనై వచ్చావో

ఏ ఆయు పట్టుకు ఆనకట్టగా వచ్చావో

ఏ గాలికి గంధమై వచ్చావో

ఏ కథను రచించగ వచ్చావో

ఏ ప్రేమను అందించగ వచ్చావో

16. దగ్గరికి రాకు

దగ్గరికి రాకు ...
దగ్గరైపోకు!
దగ్గరిని దూరం చేయకు!

దగ్గరికి వచ్చి
దాసోహం కాకు!
దగ్గరయిపోకు ...
ఆ పైన
అలుసైపోకు!

దగ్గరగా రాకు ...
దోచుకోకు దొరతనంగా

17. ఆమె ఇల్లు

ఆమెను ఆమెగా గుర్తించి,
ఆమెకు విలువనిచ్చే ఇల్లు
ఆమె ప్రతిభను మెచ్చుకొని,
చేయూతనందించే ఇల్లు

ఆమె రాకకై ఎదురు చూసే ఇల్లు
ఆమె కోసం ఆరాటపడే ఇల్లు
ఆమె కన్నీరును తుడిచి,
ఆమెకు ధైర్య మిచ్చే ఇల్లు.

ప్రేమాభిమానాల వాయినాలను అందించే ఇల్లు
ఆమెకూ సమాన హక్కులను కల్పించే ఇల్లు
ఆమె మాన ప్రాణాల్ని సంరక్షించే ఇల్లు
ఆమెకు అభయమిచ్చే ఇల్లు

ఆమెను వదలలేని ఇల్లు
ఆమె వదులుకోలేని ఇల్లు
ఆమె ఆత్మ గౌరవాన్ని కాపాడే ఇల్లు
ఆమె మహా రాణీ గా వెలుగొందే ఇల్లు...
ఆమె ఇల్లు.

18. ఏం చేసావో

ఏ మంత్ర ప్రయోగం చేసావో!!
వలస పోయిన జ్ఞాపకాలన్నీ....
తిరిగి చేరుకుంటున్నాయి.
ఒక్కొక్కటిగా!

ఊహలకేం నూరి పోస్తున్నావో!!
రెక్కలు విచ్చుకుంటున్నాయి....
అందంగా!
నిద్రపోతున్న కోర్కెలను తట్టి మరీ... లేపుతున్నావు!
ఆప్యాయంగా!

ఆశలకు ఏం ఆజ్యం పోస్తున్నావో!!
ఉప్పెనై, ఎగసెగసీ పడుతున్నాయి...
అవధుల్లేని, సంతోష తీరాలను చేరుకోవాలని!

19. ముందు వెనుక

ఏది ముందు?

ఏది వెనుక?

రాత్రి ముందా! పగలు ముందా!

రాత్రి - పగలు,

చీకటి - వెలుగులు;

ముందు- వెనుకలు, వెనుక - ముందు.

ముందున్నది వెనుక పడక తప్పదు!

వెనకున్నది ముందుకు రాక తప్పదు!

ముందు-వెనుకలు, బొమ్మ బొరుసు ల్లాంటివి.

వెనక ఉండడం వల్ల విలువ తరిగిపోదు!

ముందున్నంత మాత్రాన లేని విలువ పెరగదు.

చావు పుట్టుకల్లో,

ఎవరు ముందు!

ఎవరు వెనుక!

అది భగవంతునికే ఎరుక!!

20. అదీ...నేనే!

కడుపుబ్బా నవ్వించినా... నేనే!

కసితీరా ఏడిపించాలన్నా ...

అదీ.. నేనే!

ఆనందభాష్పాలు కురిపించేదీ... నేనే!

కన్నీటి సంద్రంలో మునకలేయించాలన్నా....

అదీ.. నేనే!

తొలకరి వానై గిలిగింతలు రేపేదీ.... నేనే !

వడగండ్ల వానై పరుగులు పెట్టించాలన్నా...

అదీ.. నేనే!

చల్లని పిల్లగాలిలా ఊసులు చెప్పేదీ... నేనే !

సుడిగాలై చెలరేగి పోయేది ....

అదీ.. నేనే!

పంచభక్ష్య పరమాన్నాలు వడ్డించేది నేనే !

క్షుద్బాధ పెంచాలన్నా...

అదీ.. నేనే!!

మమతానురాగాలను శృతి చేసేది .....నేనే!

చిక్కుముళ్ళతో ఇరుకున పడేయాలన్నా....

అదీ.. నేనే!

ప్రేమ గా లాలించేదీ ...నేనే !

విరహ జ్వాలనై నిన్ను దహించాలన్నా. ..

అదీ..నేనే!!

సంజీవనిలా.... నేనే !

తీయగా గుచ్చుకొనే ప్రేమ ముల్లు!

అదీ.. నేనే!!

ప్రశ్నకు బదులు గా ఉంచేదీ ...నేనే !

బదులే లేని ప్రశ్నగా మిగల్చాలన్నా...

అదీ..నేనే!!

చిలిపిగా కవ్వించినా, చిరు కోపం గా కసిరి నా.... నేనే!

ఉరుములా ఉరిమినా , మేఘం లా గర్జించాలన్నా...

అదీ..నేనే!!

మహాలక్ష్మిలా కరుణించేదీ ...నేనే !!
మహిషాసురమర్దని లా అంతమొందిచాలన్నా....
అదీ..నేనే!!

ప్రేమించేది..... నేనే !!
ప్రేమకు దూరం చేయాలన్నా....
అదీ..నేనే!!

వంశం నిలపాలన్నా.... నేనే !!
వంశాంకురం కోసం పరితపించేలా చేయాలన్నా....
అదీ..నేనే!!

21. అంతరంగం

మక్కువ నీమీదే
దృష్టి నీ వైపే..
నిలపలేను, నీమీద
నిలువలేను, నీ ఎదుట

ఓపలేను, నన్ను
కోరలేను, నిన్ను
మనసివ్వలేను, నీకు

తర్కము, చేతకాదు
లౌక్యం, తెలియదు
మనసు, చావదు
మౌనం, వీడదు.

మనసుకు ముసుగును వేయలేను
మనసు తలుపు తెరిచి నిను స్వాగతించలేను,
మనసుకు నచ్చ చెప్పలేను
మనసులో నిలిచిన నిన్ను మరువలేను,
మనసనే పద్మవ్యూహంలోకి అడుగిడినాక
వెనుతిరిగి పంపలేను, రమ్మనలేను.

22. సాగిపోనీ!

సాగిపోనీ!

అడ్డుగా ఉన్నదని పారే సెలయేరు ఆగునా ?

ఎన్ని అడ్డంకులు వచ్చినా దాటుకొని, నెట్టుకొని దారులు ఏర్పరచుకొనో,

దిశను మార్చుకొనో, సాగిపోదూ!!

నీటిని ఆవిరి చేసే గ్రీష్మ తాపాన్ని సైతం తట్టుకొని , వడగాల్పులను

భరించి వసంతం చిగురించదూ!!

అలాగే ,

ఆశని విడువక, ఓర్పును వదలక, చిత్తశుద్ధితో, సంకల్ప బలంతో ,

సాగిపో ముందుకు!!

నిరాశనిస్పృహను వదిలి, కదిలే కాలమల్లే అడుగులు ముందుకు పడనీ!!

ఎన్ని ఆటంకాలు వచ్చినా , అవరోధాలు ఎన్నున్నా, ఎన్ని అడ్డంకులు

వచ్చినా, దూసుకుపో

వెనుతిరగని బాణమల్లే!!

ఉరుములే గర్జించినా, పిడుగుల వర్షమే కురిసినా, చలించని బండరాయిలా,

జడివానకు దడవని మొండిఘటమై సాగిపో ....ఆగకుండా!

దారులన్నీ మూసుకుపోనీ, కొత్త దారులను అన్వేషిస్తూ, నీ గమ్యం

చేరేవరకు సాగిపోని...

నీ ప్రయాణాన్ని!!

ఈ ప్రయాణంలో నిన్ను విడిచి వెళ్లే వారెవరో,
నీ చేయి అందుకునే వారెవరో !

అవమానాలన్నింటికీ తలవంచక, బాధ్యతలను మరువక,
నీ నమ్మకాన్ని వమ్ము చేయక, బెదరక, ధైర్యం వీడక ,
ముళ్ళను దాటుకుంటూ,
సవాళ్లను ఎదుర్కొంటూ,
ఓర్పుతో, నేర్పుతో, దృఢ సంకల్పంతో సాగిపో ... అలుపెరుగని అలలా,
పడి లేచే కెరటమే ఆదర్శంగా....
కారు చీకట్లను చేధించే కాంతిరేఖలా...
ఆశా కిరణంలా..... సాగిపో! ఆగిపోకుండా!!

23. మనసు

మనసు విచ్చుకుంటుంది, స్వచ్ఛమైన పువ్వల్లే
నీ చూపు కిరణాలు సోకగానే

మనసు నర్తిస్తుంది మైమరచి, మయూరమై
నీ ప్రేమ జల్లుల్లో తడిసి

మనసు గంతులేస్తోంది, లేడి పిల్లలా
నీ ఊసులకి తుళ్ళిపడి

మనసు మేఘమై సాగిపోతుంది నీ దిశగా
మేఘసందేశాన్ని అందుకుంటావని

మనసు పరితపిస్తోంది
నీవు పిలిచే పిలుపు కోసం

మనసు ఓనమాలు నేర్చుకుంటుంది ఓర్పుగా
నీ మనసు భాషను చదవడానికి

ఉషా కిరణాలు

ఏ అలికిడి విన్నా నీ తలంపే
ఏ పిలుపు విన్నా నీ పిలుపుతోనే పోల్చుకుంటున్న
ఎన్నడూ లేని కలవరమేదో మొదలైంది నాలో
మూగబోతోంది మది మౌనరాగాల ఆలాపనలో

శోకమేదో ఆవహించింది
మైకంలా కమ్మేసింది నిలువెల్లా
నీవు లేని నేను జాబిలి లేని రేలా ఉన్నాను

నీ పిలుపే నాకు వసంతం
నీ దుఃఖమే నాకు అమావాస్య

నీ సమక్షంలో ప్రతిక్షణం నాకు ప్రత్యేకమే
ప్రతి దినం అపురూప క్షణాలే
నీ నవ్వులే నాకు వింజామరలు
నీ చూపులే నాకు వెన్నెలలు
నీ కోపా వేశాలే నాకు చలిమంటలు

నిన్ను అందుకో లేకున్నా
అందుకే,
ఇరువురి మధ్య వంతెన కట్టడానికి పూనుకున్న
శంకుస్థాపనే పూర్తయింది
ఇంకా మనసు భాషను నేర్వాలి

అందుకే
మనసాక్షరాలను పోగు చేసుకుంటున్నాను

మౌనరాగాలను శృతి చేయాలి
అందుకే ,
మానసవీణను సిద్ధం చేసుకుంటున్నాను
మమతలు ఇటుకలని పేర్చాలి
బంధాలను పటిష్టం చేయడానికి

ఆశలన్నీ వచ్చాయి
ఊహలేవో ఊరిస్తున్నాయి
ఇంకెందుకు ఆలస్యం అంటూ...

24. ఏం లాభం

ఎన్ని కవితలు రాస్తే ఏం లాభం?

నిన్ను చేరలేక చిరునామాలేని చిత్తు కాగిత మయ్యి పోతుంటే

అందులో

ఎంత చతురత నింపితే ఏం లాభం?

నీ స్పందనకు నోచుకోక ఉసూరుమంటూ అల్లాడిపోతుంటే

దానికి

ఎన్ని యుక్తులు జోడిస్తే ఏం లాభం?

నీ ముందర పనిచేయక నిరుపయోగమై పడి ఉంటే

ఎంత ఆశగా ఎదురు చూస్తే ఏం లాభం?

ఆశలన్నీ వాడిపోయి నేల రాలిపోతుంటే

నా కవితావేశం

నిన్ను కదిలించలేక, కరిగించలేక చేతులెత్తేస్తుంటే,

కవనమై నేనే కదిలి రావాలేమో!

నా కవన స్వరాన్ని నీ హృదయ రాగానికి జత చేయడానికి...

25. అడ్డుపడకు

అన్యాయాన్ని నిలదీయనీ...

న్యాయాన్ని!

ఆపకు !

ఉచ్చు బిగించనీ....మతవిద్వేషానికి !

అడ్డుపడకు!

కాలరాయనీ....... జాతి వైరాన్ని !

జాలి పడకు!

కృంగి కృశించనీ..... హింసావాదాన్ని!

బాధపడకు !

అభాసుపాలు కానీ.... అక్రమాన్ని!

చూస్తూ ఊరుకో ...

సమాధి కానీ....

మారణ హోమాన్ని! ఆపకు !

మనిషిని.. మనిషిగా నిరూపించడానికి !!

మానవత్వాన్ని కాపాడ్డానికి !!

26. చివరిదాకా

నడుస్తున్నా! గమ్యం వైపు...

మధ్యలో కాస్త విరామం కోరుకుంటూ...

విశ్రాంతి తీసుకుంటూ...

గమ్యానికి చేరువలో ఉన్నాను.

నడక వేగం పెరిగింది,

అలుపు తీసుకుంటూ....

మళ్ళీ పరిగెత్తుతూ ....

గమ్యానికి చేరుకున్నాను. అయినా,

తనివి తీరలేదు!!

తపన చావలేదు!!

నడక ఆగలేదు! పరుగు ఆపలేదు!!

ఆ చివరిదాకా చేరుకోవాలనే ఆరాటంలో...

దూరాన ఉన్న కొండలు దాటి...

కోనలు దాటి...

ఎత్తు పల్లాల దారి!

పడుతూ...లేస్తూ...

ఎందరినో దాటుకుంటూ...

జతగా...

ఒక్కోసారి...ఒంటరిగా!!

మధ్య మధ్యలో విశ్రాంతి తీసుకుంటూ...

పయనం సాగిస్తూనే ఉన్నా!!

తీరా... దగ్గరిదాకా వచ్చాక,

చివరిదాకా అంటే! ఇదే అనుకుంటే!!!

ఇంకా చివరిదాకా కనబడుతూ...

ఊరిస్తుంది దగ్గరకు రమ్మని!!

ఒంట్లో సత్తువ సన్నగిల్లుతుంది...

పరుగు ఆగింది.

నడకలో వేగం తగ్గింది.

అయినా మనసు ఉరకలు వేస్తుంది!

ఆ చివరిదాకా వెళ్లాలని...

ఆ చివరికి అంతం లేదని తెలిసినా,

అంతం లేని ఆ చివరిదాకా... నీ

అంతు చూద్దామనే చిన్ని ఆశను వదల లేక!!

మనసును బుజ్జగిస్తున్నాను...

అసంపూర్ణంగా నేను చేయకుండా వదిలేసిన ...

వదిలించుకున్న నా కర్తవ్యాల్ని...
నాకు గుర్తు చేస్తూ...
కాలచక్రంలో కి నన్ను లాగి,
మళ్లీ, నన్ను నడిపిస్తుంది మర్చిపోకుండా ... కాలం.
అని నా మనసుని ఊరడిస్తున్నాను ....
మళ్ళీ నేను పరుగందుకుంటానని,
ఆ చివరిదాకా వెళతాలే! అని....
ఇంకొక అవకాశం తీసుకొని!

27. జ్ఞాపకాలు

గతకాలపు జ్ఞాపకాలు విత్తులే కదా...
అని మూలకు విసిరేస్తే, మొలకెత్తి...
ఊడలై పాతుకు పోతున్నాయి...
మనసంతా అల్లుకుపోతున్నాయ్!!

పనికి రావనుకున్నవన్నీ...
ఉపయోగం లేనివన్నింటినీ....
ఎంత ఊడ్చినా....
ఎక్కడో ఒక విత్తు మిగిలిపోతూనే ఉన్నది!
దాక్కుండిపోతుంది...
నిన్నొదలలేనంటూ...
నేనున్నానంటూ... నే వెళ్ళనంటూ...
నేనుంటానంటూ....
నే వెళ్ళలేనంటూ...
దాక్కుంటుంది. గమ్మగా!!

అలికిడి లేకుండా ...
చప్పుడు చేయకుండా ...
మళ్లీ మొలకెత్తడానికి!!
క్రొత్త అలజడులెన్నో ... రేపడానికి!!!

28. మీరు, నేను

మీరు - నేనవ్వగలరా?
నేను - మీరవ్వగలనా?
మీ అభిరుచి, అలవాట్లు, ఆశయాలు, ఆలోచనలు నావి కాదు గా?
నావి చేసుకోవాలన్నా, నేను నేనులా జీవించలేనే!

అలా చేస్తే, నా వ్యక్తిత్వాన్ని నేను మార్చుకున్నట్లే గా!
నేను మిమ్మల్ని అనుకరించినంత మాత్రాన సరిపోదుగా?
ఎందుకంటే అనుకరణ అస్తిత్వం.
మీరు, నేను వేరు!! వేరు!!!

ఇరువురం వేరైనా, దారి ఒక్కటై, గమ్యం ఒక్కటై, చూపు ఒక్కటై,
రెండు ఆత్మలు ఒక్కటిగా, మన మనసులను కలిపేది ప్రేమ ఒక్కటే.
మన హృదయ స్పందన కూడా ఒక్కటే.

కన్ను నీవైతే చూపు నేనుగా,
దేహం నీవైతే శక్తి నేనుగా,
ఆలోచన నేనైతే ఆచరణ నీవుగా,

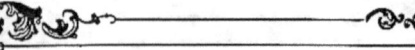

మనసా వాచా కర్మణా మనిద్దరం ఒక్కటిగా

అగ్నిసాక్షిగా,

ఏడడుగులు వేసి, వేద మంత్రాలతో

మీరు- నేను,

మనమై, ఒక్కటై, తోడునీడగా ఉన్నాము.

సంతోషంలో, దుఃఖంలో, కష్టసుఖాలలో,

ఒకరికి ఒకరై తోడుగా, అండగా, మనమై, మన కుటుంబమై

మీరంటే నేను గా,

నేనంటే మీరు గా,

మీలో నేను,

నాలో మీరు గా

మన జీవన ప్రయాణం సాగిద్దాం.

29. బంధం

చడీ చప్పుడు గాకుండా వచ్చి గుండె చప్పుడయ్యావు
భారమంతా దింపేసి దూదిపింజలా మార్చేసి
మనసును ఎగరేసావు గాలిపటంలా...
నీ మనసుతో ముడివేసి!

30. అడ్డు రాకు

చదవనీ నీ చూపుల్ని స్పష్టంగా...
అడ్డురాకు
లెక్కించనీ నీ అస్త్రాలను వడివడిగా...
అడ్డు తగలకు
అడుగడుగునా, అణువణువునా సంధిస్తున్న
నీ చూపు కిరణాలకు వేడి పెంచకు
తట్టుకునేందుకు వెన్నెల జల్లెడను వెతకాలి.

31. అద్దం

వెక్కి వెక్కి ఏడుస్తుంటే... ఎలా ఉంటానో!
తనివితీరా...చూసుకుందామంటే,
ఒక్కసారన్నా.... చూపించదు.
వెంటనే ఫక్కుమని నవ్విస్తుంది.
ఎంత చమత్కారో!!

ఏడ్చినా... ఏడిపించినా....
అలకబూనినా... అబద్ధమాడినా...
కవ్వించినా... కోపగించినా...
కరుణించినా...కాఠిన్యం చూపినా...
నర్తించినా...నటన మాడినా....

నాలోని అన్ని కళలనూ...
నా అన్ని రూపాలనూ...
అందంగా చూపమంటుంది.

నన్ను సున్నితంగా హెచ్చరిస్తూనే, నన్ను ఎప్పుడూ...
అందంగా చూసుకుంటుంది.

అందుకే తనంటే ఇష్టం.
ఎక్కడ కనిపించినా.. పలకరించకుండా ఉండలేను... అందంగా.

32. నేను, నా వెనుక

శత్రువుల గుండెల్ని ఛేదించడానికి దూసుకు వచ్చే..... పదునైన బాణమే నేను!!

గురి తప్పనీకుండా ఎక్కుపెట్టే ధనుస్సులా తను...... నా వెనుక.

చినుకు చినుకులా మారి పుడమి తల్లి ఒడిని చేరే..... చిరుజల్లును నేను!!

చినుకుల మూటను మోసే నీలి మేఘం లా తను..... నా వెనుక.

నగలో ధగ ధగా మెరిసే వజ్ర వైడూర్యమే.... నేను!!

రాయిని మణి మాణిక్యం లా మలచిన మన్నులా తను ......నా వెనుక.

ధృవ నక్షత్రం లా కాంతులీనుతూ నేను !!

నన్ను మెరిపించటానికి కరి మబ్బులా ఆకాశంలో తను........ నా వెనుక.

యుద్ధ రణరంగంలో విజయగర్వంతో నేను !!

నన్ను నడిపించిన రథసారథిగా తను...... నా వెనుక.

ముగ్ధ మనోహరమైన సుగంధ పరమళ భరితమైన పువ్వే... నేను !!

ఆ పువ్వుకు తొడిమ లా తను.......నా వెనుక.

ఆశయ సాధనలో అడుగులు ముందుకు వేస్తూ నేను !!

నన్ను నడిపించే వెన్నెముకగా తను ....నా వెనుక.

33. నీ నంబర్

ఎదుటి వారి హృదయస్థానంలో నా!

మంచితనం లోనా!

కష్టజీవి గానా!

మంచి మిత్రునిగా నా!

మంచి మనిషిగా నా!

శత్రువుగా నా!

లోభి గానా!

గెలుపులోనా!

ఓటమి లో నా!

ఆటపాటల్లోనా!

అరవైఆరు కళ ల్లో ఏదో ఒకటి గానా!

నీ నెంబర్ ఎంత? అంటే

తెలియదే!!

అదృష్టం వరించడం లోనూ,

అవకాశం చేజారిపోవడం లోనూ,

కష్టానికి ప్రతిఫలం లభించడం లోనూ,

మృత్యు దేవత తన ఒడిలోకి ఆహ్వానించడం లోనూ,

మరలా, తల్లి గర్భంలోకి చేర్చుకోవడం లోనూ,
నీ నంబర్ ఎప్పుడు వస్తుంది అంటే,
తెలియదే!!

34. అక్షర రూపం

కొన్ని పలకరిస్తాయి
కొన్ని నవ్విస్తాయి
మరికొన్ని కవ్విస్తాయి
కొన్ని చెవులు రెక్కించి శ్రద్ధగా వింటాయి
ఇంకొన్ని సాగిస్తాయి

కొన్ని అలకబూనుతాయి
మరికొన్ని టపాసుల్లా పేలుతాయి

కొన్ని సైన్యాన్ని కూడగట్టుకుని యుద్ధానికి సై అంటాయి
మరికొన్ని మెల్లగా జారుకుంటాయి

కొన్ని అమృతాన్ని తాగిస్తాయి
మరికొన్ని దావానలంలా దహిస్తాయి

కొన్ని పన్నీటి జల్లులలో తడిపేస్తాయి
మరికొన్ని వడగండ్లల్లే విరుచుకుపడతాయి
కొన్ని స్వాగతిస్తాయి
మరికొన్ని వీడ్కోలు పలుకుతాయి

కొన్ని కలవరిస్తాయి

మరికొన్ని కలవరింతలు పుట్టిస్తాయి

కొన్ని బంధాలౌతాయి

కొన్ని బందీలవుతాయి

కొన్ని కాలం చెల్లిపోతాయి

మరికొన్ని కాలాలను దాటేస్తుంటాయి.

35. కాలం

కసిరిన కాలమే
కొసరక మానదు

కొసరిన కాలమే
కాఠిన్యం చూపక మానదు

కరుణించిన కాలమే
కాటికి పంపకమానదు.

కావ్యమైన కాలమే
కబళించక మానదు

కరిగిన కాలమే
కాలరాయక మానదు

పడదోసిన కాలమే
తిరిగి నిలబెడుతుంది

తప్పించిన కాలమే
తప్పు పడుతుంది

నడిపించిన కాలమే
నట్టేట ముంచుతుంది

దాసోహమైన కాలమే
దండిస్తుంది

దహించిన కాలమే
దారి చూపిస్తుంది

వర్షించిన కాలమే
వడగాల్పులలో నెట్టేస్తుంది

వరించి వచ్చిన కాలమే
విరహగీతమై పాడుతుంది

పుష్పించిన కాలమే
సెగలు పుట్టిస్తుంది

ఎదురుగా అన్నీ ఉంటాయి కానీ తీసుకోలేము అందినట్లే ఉంటాయి కానీ అందుకోలేము
సమయం రావాలి, కాలం కలిసి రావాలి
సంపూర్ణాన్ని అసంపూర్ణం చేయగలదు అసంపూర్ణాన్ని పూరించగలదు
ఏదైనా చేయగలదు మనం చూస్తూ ఉండడమే

36. నిప్పులాంటి నిజం

తొలిపొద్దు రవి కిరణాన్ని స్పృశించి,
భానుడి వేడి కిరణాలను తట్టుకొని, సంధ్యా సమయం నుంచి మనం నెమ్మదిగా చీకటిని చేరుకున్నట్లు...
అల్లరి చేష్టల బాల్యం నుంచి యవ్వనపు ఉడుకు ఆశయాలతో,
నడివయసు బాధ్యతలను అధిగమించి, వార్ధక్యాన్ని పొందడం ఎంత నిజమో!
వెలుగు రేఖలు గాంచిన నయనాలకు,
నిశీధి రాత్రులను కూడా పరిచయం చేయుటకు సిద్ధమవ్వాలన్నది ...
నిప్పులాంటి నిజం.

జీవన్మరణములు అనేవి ఎంత సహజమో... అంత నిజం!
సూర్య చంద్రుల గమనం నిజం.
ప్రకృతి, పంచభూతాలు నిజం.
మనిషి కూడా పంచభూతాల సమ్మేళనమే అన్నది ఎంత నిజమో!
ఈ బ్రతుకు బాటలో,
అబద్ధపు ప్రమాణాలతో పెనవేసిన అనుబంధాలను,
సంకెళ్ళతో బంధించగలిగేది ...
ఒక్క నిజం అన్నది ...నిప్పులాంటి నిజం

37. నీవు

నీతోనే మొదలైందా! ఏదైనా...
నీతోనే అంతమవుతుందా??

నీవు లేనిదే ఏదీ లేదా!!
నీవు రానిదే ఎవరూ రారా??
అన్నీ నేనే అంటావు!
అంతా నాకే అంటావు!
అన్నీ నాకోసమే అంటావు!!

నీవే ఆధారమా!!
నీదే ప్రాణమా??

నీకు సాటి ఎవరూ లేరా!
నీకు పోటీ ఎవరూ రారా??

నాది, నాకు
నాకే, నాకై,
నన్నే, నేనే... అనుకుంటే...
ఫలాన్ని ఆశించినట్లే...
ప్రతిఫలాన్ని కూడా అందుకోవల్సిందే!!
"నా" అనే "నీ"వు.

38. బ్రతుకు పోరాటం

అందని వాటి కోసం ఆరాటం
అందిన వాటితో చెలగాటం
మధ్యలో
బలైపోయేదెవ్వరో
బలికోరే వారెవ్వరో
చితికి చేరేవరకు ఆగని బ్రతుకు పోరాటంలో.

ఆశల పోరులో, ఆశయాల పోరాటంలో
సాధింపుల వేటలో, సాహసాల బాటలో
అసమర్థులెవ్వరో,
ఆశయ సిద్ధులెవ్వరో
కడవరకు సాగే బ్రతుకు పోరాటంలో.

సమర్థింపులు, సర్దుబాటుల్లో
మనసుతో జరిగే జగడాలెన్నో,
మనశ్శాంతి కోసం వెతుకులాటలో
కట్టె కాలే వరకు సాగే బ్రతుకు పోరాటం.

ప్రశ్నలే జవాబులౌతున్న సమస్యలతో
పరిష్కారాల దిశగా
ఋణానుబంధాల చిక్కుముడుల లో చిక్కి
విముక్తి కోసం సాగే బ్రతుకు పోరాటం

ఊపిరి ఉన్నంతవరకు,
ఆయువు తీరిపోయే వరకు
కలల పంట సాగుకై
అలుపెరగక సాగే బ్రతుకు పోరాటం

బ్రతకాలనే ఆరాటం
బ్రతికేందుకు పోరాటం
బ్రతుకు సార్ధకతకై సాగే బ్రతుకు పోరాటంలో

ఊపిరి పోసే గాలే
సుడిగాలై చుట్టు ముడితే,
కాపు కాచే కంచే, కాల నాగై బుస కొడుతుంటే
అస్తిత్వం కోసం సాకే బ్రతుకు పోరాటం!

జీవన్మరణాల నడుమ సాగే
జీవన పోరాటం.

బీటలు వారిన బంధాల నడుమ
మోడు వారుతున్న పచ్చని కాపురాలలో
ప్రేమామృత ధారలకై సాగే ప్రేమ పోరాటం.

39. అలసి పోతున్నారు

అబద్ధాలను నిజం చేయడానికి,
పదే పదే అబద్ధపు మాటలను గుర్తుపెట్టుకునీ, పెట్టుకొనీ...
చాలా అలసి పోతున్నారు.

మోసం చేయడానికి, ఎత్తులకు పైఎత్తులు వేసి...వేసి...
బుర్రకు పదును పెట్టి...
బాగా అలసి పోతున్నారు.

అంతరాత్మ హెచ్చరిస్తున్నా, లక్ష్యపెట్టక,
అంతరాత్మ కి రంగురంగుల ముసుగు వేసి... వేసి...
చాలా అలసి పోతున్నారు.

ఉన్న బంధాలను విడిచి పెట్టలేక,
కొత్త బంధాలను ముడి వేసుకోలేక,
రెండిటినీ సొంతం చేసుకోవాలనే వ్యూహాలతో,
ఆశగా అలసి పోతున్నారు.

కోపతాపాలను పైకి కనిపించనీయకుండా,
లోలోపల అణుచుకుంటూ, తప్పులను కాన రానీయకుండా
మైమరిపిస్తూ......
చాలా అలసి పోతున్నారు.

ఏ ఎండకు ఏ గొడుగు పట్టాలో, ఆరితేరి పోయి,
అన్ని రకాల గొడుగులను పట్టు జారనీకుండా, పట్టీ...పట్టీ...
బాగా అలసి పోతున్నారు.

విషపు నవ్వు కు, చిరునవ్వును పులుముతూ,
అందంగా అలసి పోతున్నారు.

40. మా పల్లె

తెల్లవారుజామునే ఎద్దుల మెడలో ఘంటా నాదంతో మొదలైన మేల్కొలుపు, కోడికూతతో పరిగెత్తిస్తుంది.
సూర్యోదయం కల్లా అందరినీ పొలానికి తరిమేసి, పాడి పంటలతో సింగారించుకోవాలని ఎంత ఆశో... మా పల్లెకు.
సాయంత్రానికి, పిల్ల, పెద్దలందరినీ అరుగుల మీదకు చేర్చి, వేయించిన వేరుశనక్కాయలను తినిపిస్తూ, మెల్లగా వాళ్ళ ముచ్చట్లు, వాడి వేడిగా జరిగే రాజకీయ చర్చలన్నీ వినాలనీ ఎంత ఆసక్తో... మా పల్లెకు.

పిల్లలందరూ కలిసి బిల్లంగోల్లాటా, గోలీ లాట, బొంగరాలాట, ఇంకా కోతి కొమ్మచ్చలు, అష్టా చమ్మా అలాగే, అరుగుల మీద గవ్వలాటలు ఆడుకుంటుంటే తను కూడా వారితో కలిసి అలుపు సొలుపు లేకుండా, సమయమే తెలియకుండా ఆ ఆటల్లో మునిగిపోయేది.

పడుచులందరూ మంచి మొగుళ్ళ కోసం, నోము నోచుకొని, ఉయ్యాల లూగుతుంటే, ఊరంతా వేసిన ఉయ్యాలలతో కుర్రాళ్ళకి టుంగుటుయ్యాల పోటీలు పెట్టించి, వరసైన వాళ్ళ కొంటె చూపులతో, సైగల్లో, అలకలతో, ఆ ఆట పాటలకు వీధులన్నీ మురిసిపోతుంటే, సిగ్గుల మొగ్గవుతుంది మా పల్లె.

మా పల్లె అందాలు చూడాలంటే దక్షిణానున్న పెద్ద కొండ, "గిరి" పై నుండి చూడాల,

నా సామిరంగ,

పచ్చని చీర తో సింగారించినా, పొగమంచుతో తెల్లని మేఘమల్లే తాకినా, వసంత కోయిల స్వరాలతో మదిని మురిపించినా, మండే ఎండల్లో చెట్ల నీడతో చల్లబరచినా, గుండు మల్లె పూల సువాసనలతో తో మత్తు జల్లినా...

ఆరు ఋతువులలో వన్నె తరగని అందం అది.

పండగలొస్తే చాలు, ప్రతి ఇంటిలో గారె ఘల్లు మనాల్సిందే, పిండి వంటల ఘుమ ఘుమల రుచులు ఏడు తరాలు చెప్పుకోవల్సిందే.

ఇంటికొచ్చే చుట్టాల కోసం ఎంతలా ఎదురు చూస్తుందో తెలుసా!

వాళ్లు మోసుకొచ్చే కబుర్లన్నా, ఇట్నుంచటు, అట్నుంచిటు సమాచారాలు చేరవేయడమన్నా, ఎంతో మక్కువ మా పల్లెకు.

మా ఆనందాలను పంచుకునేది,

మాలో ఒకరికి కష్టం వచ్చినా తోడుగా నిలిచేది. ప్రతి గడపకూ భరోసానిచ్చేది. అందరూ తనవారనుకునేది. అందరిలో తనను చూసుకొనేది.

కాలం మారింది.

ఏ చెడు దృష్టి పడిందో మా పల్లె మీద, ఆధునికత రాకతో, మా పల్లె కు ఆభరణమైన చిరునవ్వు మాయమయ్యింది.

పచ్చని పైరులతో సింగారించుకొనే మా పల్లె,

అధునాతన తెగులు సోకి పచ్చని రంగు వెలిసిపోయింది.

ఝుంకాలల్లే వేలాడే పక్షి గూళ్ళు కనుమరుగై పోతున్నాయి.

కాలి గజ్జెల మువ్వలల్లె తిరిగిన ఎడ్ల బండ్ల చప్పుళ్ళు ఆగిపోతున్నాయి.

మేని చందనమైన మట్టి సువాసన ఆవిరైపోతుంది.

ఒత్తైన జడల మర్రి చెట్ల పాయలు పలుచబడుతున్నాయి.

మత్తెక్కించే మొగలి, సంపంగి పొదలు మాయమయ్యాయి.

శ్రావ్యంగా ఆలపించే పక్షుల కిల కిల స్వరాలు మూగబోతున్నాయి.

ఆధునిక యంత్రాలతో జీవనం యాంత్రికంగా మారిపోతూ ఉన్నది అరుగుల మీద ముచ్చట్లు లేక, వూసుపోవడం లేదు మా పల్లెకు. సందళ్ళు లేవు, సంబరాలు లేవు.

తన నేస్తం కొండంత అండ "గిరి" జాడ లేక బెంగెట్టుకుంది.

జలకాలాడిన చెరువుకు గొంతెండుతుంది, నీరులేక.

స్వచ్ఛమైన గాలి కోసం తపించిపోయింది.

వెచ్చనైన ఊసులు కోసం ఎదురుచూసింది.

కన్నుల నిండుగా నింపుకున్న తన కంటి పాపలు, బడికో,

బ్రతుకుదెరువుకో పల్లె నొదిలి పోతుంటే, ఎప్పుడు తిరిగొస్తారో నని

తెగ కలవరపడిపోయింది. పల్లె గుండె ధైర్యం సన్నగిల్లింది.

చూస్తుండగానే,

పల్లె రూపురేఖలన్నీ మారిపోయాయి.

కొండ కరిగిపోయింది.

చెరువులు బూడిపోయాయి.

పంట పొలాలన్నీ ఫ్యాక్టరీలయ్యాయి.

తన ఆనవాళ్లే లేకుండా పోయి,

పల్లె సచ్చి పోయింది, పట్నానికి జన్మనిచ్చి.

41. ఆయుధం

నీపై దూసుకు వస్తున్న అభియోగాలన్నియూ
దుమ్ము, ధూళి వలె భావించి... విదిలించుకో!
అంటించుకోకు.

విసురుతున్నవి రాళ్ళయితే, అందుకో చాకచక్యంగా ...
భద్రపరచు జాగ్రత్తగా, అవసరమైనప్పుడు తిరిగి ప్రయోగించడానికి,
లేదా సమయం వచ్చినప్పుడు తిరిగిచ్చేయడానికి .

దుమ్ము, ధూళి కమ్ముకున్నంత మాత్రాన, వజ్రం విలువ తరుగునా!
మిలమిల మెరిసినంత మాత్రాన, రంగు రాయి విలువ పెరుగునా!
లేదు కదా,

నువ్వు వజ్రం.
అల్పుల విమర్శలు, నీకు ధూళి తో సమానం.
వారి దుర్భాషలకు విచార పడకుమా,

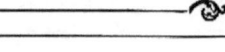

ధైర్యాన్ని ప్రదర్శించు
మేలిమి బంగారమైనా కొలిమిలో కాగాల్సిందే,
వజ్రమైనా సానకు గురికావాల్సిందే

అలాగే,
నీ ధగ ధగలు వెల్లి విరియాలంటే,
ఆ ధూళిని విదిలించుకోక తప్పదు.

నీ ఆలోచన పరిమితిని పెంచుకో,
చేతనైతే, నీపై సంధించిన బాణాన్ని అస్త్రంగా మలుచుకో,
వీలైతే, క్షమా గుణాన్ని అలవర్చుకో,
అంతే కానీ, బుద్ధిహీనుల కోసం విలువైన నీ సమయాన్ని
వృధా చేసుకోకు.

నీ కన్నా ఎవ్వరూ బలవంతులు కాదు,
ఎవ్వరి కన్నా నువ్వు తక్కువ కాదు
నిన్ను నువ్వే ప్రేమించుకో
నిన్ను నువ్వే మలచుకో

నీ ధైర్యమే నీ బలం
మనో బలమే నీ ఆయుధం.

42. భయం భయం

నేడు ప్రపంచమంతా భయం గుప్పిట్లోనే...
ఎప్పుడు అధికారం చేజారి పోతుందోనని,
ఎక్కడ అందరిలో అలుసైపోతారోనని,
ఎవరు ఎప్పుడు మోసం చేస్తారోనని,
ఎలా సంపదను కాపాడుకోవాలోనని!

ఏ ప్రేమలు ఎంత వరకో!
ఏ బంధం ఎప్పటివరకో!
ఏ స్నేహం ఏమాశించో!
ఎవరిని నమ్మాలో ...

ఏది నిజమో ! తెలియని అభద్రతతో కూడిన భయం !
ప్రతినిత్యం బిక్కు బిక్కుమంటూ భయాందోళన

అత్యాశ దాహార్తి కి ....
ధైర్యానికి భరోసా లేక బోరుమంటూ,
ఆనందం ఆవిరై పోతూ,
ఐకమత్యమంతా చెల్లా చెదురై పోతుంటే,

మనుషుల మధ్య నమ్మకం సన్నగిల్లి,
భయం తన రెక్కలను విప్పార్చుకుంటుంది...వివిధ వర్ణాలతో...
అందర్నీ ఏలడానికి!!

43. ఎవరివో నువ్వు

ఏ శిల్పానికి శిల్పివో నువ్వు
ఏ శిల్పి చేతిలో ఉలివో నువ్వు

ఏ నేరానికి బాధ్యుడవో నువ్వు
ఏ శిక్షకు అర్హుడవో నువ్వు

ఏ ప్రేమకు చిరునామావో నువ్వు
ఏ ఇంటికి బానిసవో నువ్వు

ఏ ఇంటికి అతిధివో నువ్వు
ఏ బంధానికి బందీవో నువ్వు

ఏ సెలయేటికి అడ్డుకట్టవో నువ్వు
ఏ పంటకు పైరగాలివో నువ్వు

ఏ చక్రానికి ఇరుసువో నువ్వు
ఏ మువ్వకి రవళివో నువ్వు

ఏ ప్రాణానికి అడ్డువో నువ్వు
ఏ చరణానికి పల్లవో నువ్వు

ఏ పాత్రకు అభినయానివో నువ్వు
ఏ చిరుగుకు అతుకువో నువ్వు

ఏ గుండెకు భారమో నువ్వు
ఏ గుండెకు పదిలమో నువ్వు

44. నేస్తమా

రవ్వంత సడిలేని మదిలో
రేగిన చిన్న అలజడి,
శబ్ద తరంగమై, ఘోషిస్తుంటే,
నన్నే పుస్తకంగా మలచి
ప్రతి పుటను అందంగా తీర్చి
చిత్రమైన చిత్రాలను చిత్రించి
నా మనసును లిఖించాను, చదువుకో వైనంగా

కన్నుల చాటున నక్కి ఉన్న
రంగు రంగుల కలలన్నింటినీ పోగుచేసి
రంగవల్లి వేశాను
నీ మనసు ముంగిట్లో,
చూసుకో ముచ్చటగా

దివీ భువి మధ్య
తరగని దూరాలే
అయినా తరిగిపోని,
విడదీయలేని బంధమే వాటిది.

ఇలపై నున్న పచ్చని పైరుకు,
ఎక్కడో ఉన్న వాన చినుకు కావాలి
అలాగే
దూరాన ఉన్న నాకు స్వచ్ఛమైన
నీ చెలిమి వీచికలు కావాలి.
నేస్తమా.

45. నా రచన

నా రచన ఎప్పుడు మొదలయ్యిందో ...
ఎప్పుడు ఆగిపోతుందో ...
ఎప్పుడు కొనసాగుతుందో ...
ఎప్పుడు కనుమరుగవునో తెలియదు.

నీ చూపే ప్రేరణయ్యింది
నీ మాటే మంత్రాక్షరమయ్యింది
నా కవిత్వానికి,
మన మధ్యన ఉన్న ఈ అవినాభావ సంబంధం ఏ నాటిదో కదా !!
ఈ నాటికీ కొనసాగుతుంది.

46. ఎవరు నువ్వు

నా మనసుని దాచలేను
నీ మనసును దోచుకోలేను

నీపై భక్తిని చూపలేను
భ్రాంతిలో మన లేను

ఏమీ అడగలేను
ఏమీ ఆశించకుండా ఉండలేను

కుశల ప్రశ్నలు వేయలేను
ప్రశ్నలా మిగలలేను

చొరవ చూపలేను
మాట కలపలేను

నవ్వించలేను, కవ్వించ లేను
మాయ చేయలేను
మది తెలుపలేను

ఎవరు నువ్వు అని అడిగితే వెలుగుకు పూచే పువ్వని నేనంటాను
నిశిలో వెలిగే తారనని నేనంటాను

ఆ వెలుగును అందించే భానుడు నువ్వు
ఆ తారల నడుమ తారా చంద్రుడు నువ్వు.

47. ప్రాధేయ పడుతున్న.

మనస్సుకు పదే పదే చెబుతున్న...

మెత్తగా కరిగిపోకని.

అనంతమైన శూన్యం లోకి పుటుక్కున జారిపోకని...

లోతెరుగని అగాధంలోకి చటుక్కున పడిపోకని...

బంధనాలకు బంధీ కావద్దని ....

కీడెంచి మేలెంచమని ..

చెబుతున్నా..

మంత్ర, తంత్రాల మాయాజాలం లో చిత్రంగా చిక్కుకోకని ...

ఊపిరి సలపని ఊహలలో , యథేచ్ఛగా విహరించకని...

అపసవ్య దిశలో పయనించకని....

అపాత్ర దానం చేయకని...

చివరాఖరికి ప్రశ్నలా మిగలొద్దని ...

చెబుతున్నా..

మనస్సును ప్రాధేయ పడుతున్న !!

48. వెలేస్తున్న!

నాలోని నిన్ను! నా నన్ను ను!
నా నుంచి వెలేస్తున్న!
నువ్వే నేనంటూ నన్ను పక్కకు తోసి
నిన్ను ప్రతిష్ఠించుకున్న.. నిన్ను, నా నన్నుగా!

పూజలే చేశానో, నైవేద్యాలే సమర్పించానో
నా నన్ను ను నా నుంచి విడదీయలేనంతగా
నిన్ను విడిచి నే ఉండలేనంతగా
నిన్ను నాలో కలిపేసి నా నన్నుగా
నీ సేవయే భాగ్యమనుకున్న , నా సౌభాగ్యం నీవుగా
నాలో అణువణువు, నా ప్రతి ఆలోచన నీకే అర్పితమనుకుంటినే
కానీ నువ్వు,
కళ్ళల్లో పెట్టుకుని కాపు కాచినందుకు, నా కలల్ని హరిస్తున్నావు
గుండెల్లో గుడికట్టి పూజించినందుకు, హారతిని గుండె మంటగా చేసి
నాకు కానుకగా ఇస్తున్నావు.
నిత్యం నైవేద్యం పెట్టినందుకు, నిరంతరం నిరాశను వరాలుగా ఇస్తున్నావు
నన్ను పునః ప్రతిష్ఠించుకునే సమయం ఆసన్నమైనది
నన్ను నేను కొత్తగా ఆవిష్కరించుకోవాలి అందుకే,
నిన్ను వెలేస్తున్న!
నా నన్ను నుంచి నిన్నుగా!!!!

49. తెలియదే.. ముందుగా

ఏ దరఖాస్తు నిన్ను కోరుకుంటుందో
ఏ చిరునామాకు నిన్ను చేర్చుతుందో

ఏ అక్షరం నిన్ను అక్కున చేర్చుకుంటుందో
ఏ కవితా వేశం వెల్లువై పారుతుందో

ఏ ఒంటరితనం నిన్ను కోరుకుంటుందో
ఏ బంధం నీకు అనుబంధమౌతుందో

ఏ ప్రణాళిక నిన్ను రచిస్తుందో
ఏ ఓటమి నిన్ను గెలిపిస్తుందో

ఏ గాయం నిన్ను మారుస్తుందో
ఏ సాన నిన్ను మెరుగుపరుస్తుందో

ఏ బహుమతి నిన్ను ఎంచుకుంటుందో
ఏ అవకాశం చేజారి పోతుందో

ఏ చీకటి నిన్ను అక్కున చేర్చుకుంటుందో
ఏ పాశం నిన్ను వెనక్కి లాగుతుందో

ఏ ఆశ నిను కదిలిస్తుందో
ఏ శ్వాస నిను బంధిస్తుందో

ఏ శక్తి నిన్ను కాపాడుతుందో
ఏ వరం నీకు శాపమౌతుందో

ఏ ఘడియ నీకు గండమౌతుందో
ఏ క్షణం నీకు జ్ఞాపకమౌతుందో

ఏ పగ నిను నడిపిస్తుందో
ఏ ప్రేమ నిను పడదోస్తుందో

ఏ పోరాటం ఎప్పుడు పూర్తవుతుందో
ఏ ఆరాటం ఎప్పుడు మొదలవుతుందో

ఏ ముడి ఎప్పుడు వీడిపోతుందో
ఏ సహాయం నీకు అక్కరకు వస్తుందో

ఏ రూపం నిన్ను ఆరాధిస్తుందో
ఏ ఆరాధన నిన్ను ముంచుతుందో

ఏ జాగ్రత్త నిన్ను చేజార్చుకుందో
ఏ కన్నీరు నీకు పన్నీరవుతుందో

ఏ వాక్కు నిన్ను కట్టడి చేస్తుందో
ఏ నాణ్యత నిన్ను ఎంచుతుందో

ఏ మాట నిన్ను నిలబెట్టునో
ఏ ఆక్రోశం నిన్ను దహించునో

ఉషా కిరణాలు

ఏ శాపం నీకు వరమౌనో
ఏ కోరిక నిన్ను కడతేర్చేనో

ఏ ప్రాణం నిన్ను నిలబెట్టునో
ఏ పాపం నిన్ను నట్టేట ముంచునో

ఏ బంధం నిన్ను గెలిపించునో
ఏ పంతం నిను సాధించేనో

ఏ హృదయం నీకు కోవెలవ్వునో
ఏ పూజ కొరకు నువ్వు వేచేనో

ఏ మనసు నిన్ను చదువునో
ఏ నవ్వులు నిన్ను కాల్చునో

ఏ పరిచయం ఎందాక సాగేనో
ఏ స్నేహం కడదాక నిలిచేనో

ఏ గాలి ఎటు వీచునో
ఏ దారి ఏ గమ్యం చేర్చేనో

ఏ ఎడబాటు నిన్ను దగ్గర చేసేనో
ఏ దగ్గరితనం నిన్ను దూరం చేసేనో

ఏ స్వార్థం నిన్ను బలి చేసేనో
ఏ ఆయుష్షు నీ ప్రాణం నిలిపేనో

ఏ విజయం నిన్ను కోరేనో
ఏ గెలుపు నీకోసం ఆరాటపడునో

ఏ ప్రయాణం ఎంతవరకో
ఏ సమయానికి ఎవరు తోడవుతారో

ఏ రాజ్యం నిన్ను కోరునో
ఏ అధికారం నీకు దక్కేనో

ఏ శూన్యం నిను మింగునో
ఏ త్యాగం నిను అందలం ఎక్కించునో

ఏ అడుగు ఎంత దూరం తీసుకెళ్ళునో
ఏ గొడుగు ఎంతవరకు నీకు నీడనిచ్చునో

ఏ కంటతడి నిన్ను కాలరాయునో
ఏ ఆశీస్సులు నీకు యశస్సు చేకూర్చేనో

ఏ పుణ్యం నిన్ను కాపాడునో
ఏ నోము ఫలము నీ చేతి కందేనో

50. లేఖ

కలలన్నీ రంగరించి
కాటుకతో రాశాను చూడు
నీ చెక్కిలిపై మెరిసింది
దిష్టి చుక్కై.

ఏడు అడుగులని, ఏడేడు జన్మలుగా జతచేస్తూ
సప్తపదములతో రాశాను చూడు
నీ పాదాలపై మురిసింది
పారాణియై.

మనసంతా అర్పణ చేసి
సౌభాగ్యం తో రాశాను చూడు
నీ నుదిటిపై మెరిసింది
సింధూరమై.

మూడుముళ్లను ఏకంచేసి
కళ్యాణ శోభతో రాశాను చూడు
నీ గుండె గూటికి చేరింది నా ప్రాణం
మంగళ సూత్రమై.

మగసిరి నగవులతో
కొంటె చూపుతో రాశాను చూడు
నీ మెడలో ఉప్పొంగిపోయింది
వరమాలై.

51. ప్రేమ

అమితమైన ఆనందాన్ని అందించాలన్నా,
అంతులేని విషాదాన్ని మిగిల్చాలన్నా - నువ్వే

ఆకాశానికి నిచ్చెన వేయాలన్నా,
అధఃపాతాళానికి తొక్కేయాలన్నా - నువ్వే

ప్రేమామృతంతో ప్రాణం పోసినా - నువ్వే
విరహాగ్ని తో మండించినా - నువ్వే

కనురెప్పల మాటున కాంతివి నువ్వే
కన్నీటి చుక్క వీ నువ్వే

హృదయస్పందనా నువ్వే
విరహ వేదనా నువ్వే

అడుగుల సవ్వడి నువ్వే, నిశ్శబ్దమూ నువ్వే,
గోరుముద్దలో నువ్వే,

ఏ క్షణాన పుడతావో !! ఎప్పుడు వస్తావో !! తెలియదు కానీ...
వచ్చాక మాత్రం చచ్చినా వెళ్లనని తిష్ట వేసుకొని కూర్చుంటావు.

ఓ ప్రేమ........... నీకు నువ్వే సాటి.

52. చిరునామా

నా మనసు పుస్తకంలో అందమైన కావ్యం నీవే

నెమరు వేసుకునే అనుభూతి నీదే

చివరి వరకు చెరిగిపోని తీపి జ్ఞాపకం నీదే

మాసిపోని రూపం నీదే

వెలిసిపోని రంగు నువ్వే

53. ప్రకృతితో నా ప్రయాణం

బుడిబుడి అడుగులతో, బోసినవ్వులతో!
మన్నులో దోగాడుకుంటూ...
ఒంటినిండా....
మన్నువైన నిన్ను! పులుముకుంటూ...
నీతో మొదలైంది...
నా తొలి ప్రయాణం.

అలలా వచ్చి,
చిలిపిగా నన్ను కవ్వించినప్పుడు!
పాల నురగలు కక్కుతూ అలవై నీవు నన్ను చేరుతుంటే...
నీతో పోటీ పడుతూ, ముందుకు - వెనకకు పరిగెత్తుతూ ......
నీతో నేను దోబూచులాడిన వేళ!
అలసిపోని ఆనందాలు నా మోము పై విరబూసిన వేళ!

నేను కట్టిన పిచ్చుక గూళ్లను అలాలా నువ్వొచ్చి సొంతం
చేసుకున్నప్పుడు,
తిరిగి మళ్ళీ వాటిని రకరకాలుగా నైపుణ్యంగా కట్టడానికి
ప్రయత్నించి... చివరకు అన్నీ... నీకే సమర్పించి, నీ నేస్తమై
పోయి...
నీతో సాగింది! నా ప్రయాణం.

కోతికొమ్మచ్చి అంటూ బరబరమంటూ చెట్టువైన నిన్నెక్కి,
నీ కొమ్మలు పట్టుకొని వేళ్లాడుతూ,
నీ ఊడలనే ఊయలుగా చేసి నీతో మమేకమై!
సరదాగా ఆడుకున్న వేళ!

బిళ్ళం గోడు అంటూ,
గోలీలాట అంటూ,
ఒప్పులకుప్ప... అంటూ,
దాగుడు మూతలు అంటూ ....
అనేకానేక రకములైన ఆటలన్నీ నీ నీడనే ఆడీ... ఆడీ!
నీతో ముందుకు సాగె నా ప్రయాణం!

వసంత ఋతువుకు ఆహ్వానం పలుకుతూ,
లేత ఆకుపచ్చని రంగును సంతరించుకొని....
తొలకరి జల్లుల వయ్యార హొయలొలికిస్తూ,
కొంటె ఊసులెన్నో మోసుకొచ్చి!!

నాచెక్కిళ్లపై రంగులనద్ది, నాలో గిలిగింతలు రేపగా!!
కోమలమైన సుతిమెత్తని సుకుమారు సొగసుతో అలరించి!!
మందారమై విరబూసి,
సుమగంధ పరిమళాల మత్తులో నన్ను ముంచెత్తి!
నా యదలో చిరు సవ్వడి చేశావు.

ఉషా కిరణాలు

నన్ను పరవశింప చేశావు...
నీ ప్రయాణంలో!

వెండి మబ్బుల అందాలతో అబ్బురపరిచావు!
మరు నిమిషంలో, కారుమబ్బులా కమ్మి...
జడివానలే కురిపించావు!

ఏ నిమిషంలో ఏం జరుగుతుందో!!
అన్నిటికీ, నన్ను సిద్ధం చేస్తున్నావు....
నీ ప్రయాణంలో!

చల్లని పైరగాలి ఆహ్లాద పవళింపులే కాదు,
వెచ్చని వడగాలుల ఉక్కపోతలని కూడా పరిచయం
చేస్తున్నావు......
నీ ప్రయాణంలో!

అందరికీ సమానంగా అందించే,
జీవకోటికి ప్రాణాధారమైన సూర్య శక్తి,
ఏ జాతి, మత భేదం చూడదని!!

పండు వెన్నెలను పంచే చల్లని జాబిల్లికి,
ఏ కుల గోత్రాల తో పని లేదని!!

ఊపిరిగా మారే గాలికి, ఏ రంగూ రూపు అవసరం లేదని!!

ప్రేమ తత్వాన్ని అర్థం చేసుకొని, ప్రేమనే....

తిరుగులేని ఆయుధంగా చేసుకొని, మానవత్వం పరిమళించే దిశగా

అడుగులు వేయమని,

గెలుపోటములు శాశ్వతం కాదని,

అజ్ఞాన అంధకార చీకట్లను పాల ద్రోలే ఉషోదయమై,

శిలలాంటి నన్ను శిల్పంగా, మలుచుకోమని!

గురువుగా మారి,

అడుగడుగునా!! నన్ను హెచ్చరిస్తూ,

ఎప్పటికప్పుడు!

ఎప్పుడూ కొత్తగా...... అనిపిస్తూ,

నన్ను ఆశ్చర్యపరుస్తున్న......

నీతో నా ప్రయాణం!

మానవ జాతికి, పశుపక్ష్యాదులకు ఆధారాన్ని, ఆహారాన్ని అందిస్తూ...

బరువైన బాధ్యతలను నిరంతరం నిర్వర్తిస్తూ....

కాలానుగుణంగా ప్రవర్తిస్తూ......

గంభీరత్వాన్ని ప్రదర్శిస్తూ......

తల్లిలా లాలిస్తూ...

తండ్రిలా పాలిస్తూ...

పాఠాలను, అవసరమైతే, అప్పుడప్పుడూ,
గుణపాఠాలను కూడా నేర్పించే గురువులా,
ఫలాపేక్షలేని!
అంతులేని, అంతుచిక్కని,
శోధించలేని!
ఛేదించలేని!
నిగూఢ రహస్యాలన్నీ తన సొంతమే అని చివరకు తేల్చేసిన!!!
తనతో...
...నా జీవన ప్రయాణం.
సాగిపోనీ!!
...చివరి వరకు!!!

54. అంజలి

నీ దర్శన భాగ్యమే నాకు మహదానందకరం
అదే నాకు దృశ్య కావ్యం

నీ యశస్సే నా ఆయువుకు అమృతతుల్యం
అదే నాకు ఘనమైన చరితం

నీ నామస్మరణయే నాకు ప్రీతి దాయకం
అదే నాకు చిద్విలాస మంత్రం

నీ శ్రేయస్సే నాకు సిరిసంపదల క్షేత్రం
అదే నాకు దివ్య ఔషధం

నీతో కూడిన నా ఆలోచనలే నాకు క్షేమదాయకం
అదే నాకందిన మహాభాగ్యం

జగములన్నీ కీర్తించేవాడా అందుకో...
నా నమస్సుమాంజలి.

55. నేను

వద్దంటే వదిలేస్తానా
ఉండిపోనూ ఊపిరినై

కాదంటే కనుమరుగౌతానా,
కంచెలాగ మారనూ కడవరకూ

పొమ్మంటే పోతానా,
పొగ మంచులా కమ్మేయనూ

విసిరేస్తే ఊరుకుంటానా
జ్ఞాపకాల విత్తై, మహా వృక్షమై నీడనివ్వనా

ఉదయించే కాంతిలో ఉన్న
వాలే పొద్దుల్లో వర్ణమై దాగున్న

వెచ్చని ఊపిరి నేనే
చల్లని వెన్నెల నేనే.

56. కాల పరీక్ష

వీస్తున్న ప్రతికూల పవనాలను ఆపేదెలా !

పై పైకి దూసుకొస్తున్న మాటల తూటాలను దారి మళ్లించే దెలా

నాపై ఉరిమే చూపులను ఊరడించేదెలా

తరుముకొస్తున్న అపవాదు నుంచి తప్పించుకునేదెలా

తీరైన దారులన్నింటినీ నిర్దాక్షిణ్యంగా కోసేసింది కాల ప్రవాహం.

ఎదురెళ్ళ లేని స్థితి

తలొంచలేని వైఖరి !

మనసంతా అల్లకల్లోలం

అస్పష్టమైన తీరుతో , సమాలోచనలకు లేదు సమయం.

చెల్లా చెదురైన ఆలోచనలతో... మౌనంగా గర్జించే కన్నీటి మేఘ మొకటి

ధారాళంగా కురిపించే .. అశ్రుధారలు

చెక్కిళ్ళ మైదాలను నింపేసింది

అరికట్టేదెలా

తోడుగా ఉండాల్సిన ధైర్యమెటో పోయింది కనపడకుండా

గొంతులోని మాటలన్నీ మౌనంలో కరిగిపోతున్నాయి.

మనసు, తన మాటను వినిపిస్తుంది ... వినే వారేరి ?

మనసు, తన గోడును వెళ్ళ బోసుకుంటున్నా ... ఆలకించే వారేరి?

సానుభూతి సంకెళ్ళపాలు కానీ...
కాఠిన్యం నిప్పులే చెరగనీ...
చలించని సత్యాన్నై,
ధరణి వోలే నిజమల్లే నిలబడతా!

అడుగడుగున పరీక్షలే ఎదురవనీ...
పరిస్థితులకు లొంగకుండా,
బురదలో వికసించే తామరనై,
ధర్మాన్ని కాపాడే నిజమల్లే నిలబడతా..

ధరణి వోలే నిజమల్లే నిలబడతా!
ధర్మో రక్షతి రక్షితః

57. నేర్పించు

కోరినవన్నీ తెచ్చీ.....

అడిగినవన్నీ ఇచ్చీ.....

మనసును మరీ.. గారం చేయకు !

ఎదురీద లేదు!!

అప్పుడప్పుడూ...

మనసుకు పాఠాలు నేర్పించు!

పరీక్షలకు తట్టుకొని నిలబడేలా!

58. మొండి ఘటం

ఎంతటి మొండిపట్టో ......
ఈ ఓటమికి!

ఎంతటి వారైనా సరే, తనను పలకరించాల్సిందే! అంటుంది..
ప్రతి విజయం వెనుక తను ఉండాల్సిందే! అంటుంది.
జీవిత పాఠాలను నేర్చుకోవాల్సిందే! అంటూ...

ఎవ్వరి మాట వినిపించుకోను!
అని భీష్మించుక్కూర్చుంటది....

59. ముసురు

వాన ముసురు వీడింది!

వెండి మబ్బులు వెలిశాయి.

అచ్చంగా......

నా కన్నుల్లో మెరిసిన కాంతిలా....

కన్నీటి ముసురును వీడి!!

ఎండ కాసిందనుకున్నంతలో,

మళ్ళీ మబ్బు కమ్మేసింది అకస్మాత్తుగా!

చినుకుల తుంపర మొదలైంది!

సన్నగా..

అచ్చంగా...

జాలువారుతున్న నా కన్నీరులా!!

నా భావాలన్నీ గజిబిజిగా మారి,

సంఘర్షణకు లోనౌతూ...

మళ్లీ నాపై దాడి చేస్తున్నాయి ..

ఒక్కొక్కటిగా !!!

60. .వేచి ఉన్న

మనసుకు చదువురాదనుకుంటా!
నా మనసును చదవలేక పోతుంది.

మంచీ మర్యాద కూడా తెలీదనుకుంటా..

నిర్మోహమాటంగా..
మది తలుపులు మూసేసింది.
నన్ను లోపలికి రానీయకుండా !!

నీ మది వాకిటనే వేచి ఉన్న!!
చకోరినై!!

61. వెతుకుతున్న

ఏదో పోగొట్టుకొని..
ఇంకేదో కావాలంటున్న మదిని...
మందలించి!

వెతుకుతూనే ఉన్నా....
జారిపడిన జ్ఞాపకాల్ని!

పోగు చేసుకుంటున్నా...
చెల్లా చెదురైన గుర్తులను!

62. విచిత్రం

నీ రంగును కడిగేస్తుంటే.....
నా కంటుకుపోతోంది... విచిత్రంగా!

నీ దుమ్ము దులిపేస్తుంటే......
నా మీదకు వస్తుంది.....నా వైపుగా!!

నీ ఊసరవెల్లి రంగుల నుండి

నీ అసలు రంగును చూపించే ప్రయత్నంలో....
నే నోడి పోతున్నానా ??? లేక !

క్రొత్తగా ఆలోచించలేక పోతున్నానా ?

సరికొత్త పద్ధతిని కనిపెట్టలేక పోతున్నానా?

63. అమ్మ

ఎంత అంటే,
ఇంత అని చెప్పలేనిది

ఎందుకు అంటే
ఇందుకు అని చెప్పలేనిది

ఎన్నాళ్ళు అంటే
ఇన్నాళ్ళని చెప్పలేనిది

అమ్మ పంచే ప్రేమ.

అన్ని రూపాలూ తనవే,
శక్తి తనే, యుక్తి తనే,
గురువు తనే.

తన బిడ్డల కోసం
చిరునవ్వు గా మారుతుంది,
చిరుతలా విరుచుకుపడుతుంది.

దాక్షిణ్యం చూపినా, దండించినా,
మంచులా కరిగినా, నిప్పురవ్వలా జ్వలించినా,
అది ఒక్క అమ్మకే సాధ్యం.

లోతెంతో, వైశాల్యం ఎంతో, వైవిధ్యం ఏమిటో,
కొలిచేందుకు
కొలమానమే లేని ప్రేమ
అమ్మ ప్రేమ.

అమ్మ అంటే ధైర్యం
అమ్మ తోనే అదృష్టం.

లోకమంతా నిన్ను కాదన్నా, నిన్ను వదులుకోనిది అమ్మ
మాత్రమే.

64. నిజం

నువ్వు నిజం. నీ రూపు నిజం.

నిలువెత్తు మనిషి లా

నీ నవ్వు నిజం, నీ నడక నిజం

నీ నవ్వులో నిజమెంత?

నీ దారి నిజమైనదేనా?

నీ చూపు నిజం

నువ్వు చూపుతున్నది నిజమేనా? 👀

నీ వాక్కు నిజం

నువ్వు పలుకుతున్నది నిజమేనా?

నీ బాధ నిజం

నిన్ను బాధించేది నిజమేనా?

నువ్వు రమ్మంటావు !

నిజంగా పొమ్మనలేక.

నువ్వు ఉండమంటావు !

ఉండలేరన్న నిజంతో.

ఉషా కిరణాలు

ప్రేమలు కురిపిస్తావు !
నిజమనే భ్రమతో .

నువ్వు ఉన్నానంటావు !
అబద్ధపు నిజము తో.

నింగి, నేల, నీరు, నిప్పు, నువ్వు పీల్చేగాలి నిజం.
ప్రకృతి, పంచభూతాలు నిజం.

పంచభూతాలు ఎంత నిజమో ఆ పంచభూతాలు సమ్మిళితమైన
నువ్వు కూడా అంతే నిజం.

నీ మనసు నిజం.   నీ మనసాక్షి నిజం
మరి! నీ చూపు, నీ వాక్కు, నీ ప్రేమ, నీ దారిలో నిజమేది ?

నిజమైన నువ్వు - నిలువెత్తు నిజంగా నిన్ను నువ్వు ఆవిష్కరించుకో !!!

అట్టడుగున దాగున్న, దాచిన నీలోని నిజాన్ని వెలికి తీయ్!!
లేకపోతే అది నిప్పై నిన్ను దహించి వేస్తుంది ఏనాటికైనా.
ఎందుకంటే నిజం నిప్పులాంటిది నువ్వు దాచాలన్నా దాచలేవు.

65. అవసరమా

రాలిపోయిన పూల కోసం..
వాడిపోయిన విరుల పరిమళం కోసం!
దాటిపోయిన ఏరు కోసం...
చెదిరిపోయిన స్వప్నం కోసం!

కనుమరుగై పోయిన నమ్మకం కోసం..
గడిచిపోయిన కాలం కోసం...
ఎదురుచూపులు.....
　　　అవసరమా ???

అవసరానికి!
అన్నీ నేర్పిన.. అవసరానికి !!
అవసరానికి మించిన అత్యాశ...
　　　అవసరమా???

66. నీటి కల్లోలం

చినుకు చినుకు ను
పోగుచేసుకొని
చినుకు సమూహాలై ...

కొండలు దాటి
కోనలు దాటి
సెలయేరులై ....

వంపు సొంపుల
వాయ్యారాలతో
తుళ్ళిపడుతూ
గల గల సవ్వడులతో...

ఎక్కడా ఆగక
ఉరకలు పరుగులతో
వరదలై ....

ఉగ్రరూపంతో
పంట చేలను, ఇళ్లను
ముంచెత్తుతూ ...

నదులై
పొంగి పొర్లుతూ ...

ఉత్సాహంతో, తపనతో..
సముద్రుడ్ని చేరుకొనే వరకు...

సాగే నీటి కల్లోలం ను ....
ఆపడం సాధ్యమా !!

67. పాడుబడిన రోజులు

ఆవేదన నివేదించలేని ...
ఆక్రందన వినిపించలేని ...
ఆదరణకై అర్థించలేని ...
నిస్సహాయ స్థితిలో ...
నిశ్శబ్దంగా !!

ఒంటరి పోరాటంలో ఏకాకై..
వేదన బరువుతో
కన్నీటి ముసురుతో ...

చీకటిని నింపుకున్న మదికి !
అది పాడుబడిన రోజు .

అందం మోజులో ...
ధన వ్యామోహంలో ;

ఆధిపత్య పోరులో ...
అధికార దాహంలో ...

అవకాశవాదుల నడుమ బలైపోయిన
ప్రతీకార జ్వాలల కు ఆహుతైన

అనుబంధాలకు !
అది పాడుబడిన రోజు.

68. పదునైన చూపులు

చిత్ర విచిత్రాలన్నింటినీ...చూపించేవి చూపులైతే...

చిత్రంలో దాగున్న రహస్యాల్ని ఛేధించేది ... పదునైన చూపు !

అదును చూసుకుని, మాటు వేసి... లక్ష్యాన్ని ఛేధించే ...

వేటగాని చూపు -

గురితప్పని పదునైన చూపు.

పదునైన చూపు - చూస్తుంది ...

గాయాల లోతెంతో !

పదునైన చూపు - చేస్తుంది ....

ఆత్మ పరిశీలన,

అంతరాత్మ పరిశోధన !!

పదునైన చూపు -

చూపుతోనే ప్రశ్నిస్తుంది ....

సూటిగా .... స్పష్టంగా !!

పదునైన చూపు -

చూపుతోనే కాల్చేస్తుంది ...

కోపాగ్ని జ్వాలలై !!

చిలుకూరి ఉషా రాణి

పదునైన చూపు -

చూపుతోనే ఛేధిస్తుంది

కనికట్టు రహస్యాలన్నీ !

పదునైన చూపుకు - పదునెక్కువ !

సంధిస్తుంది ప్రశ్నల బాణాల్ని !!

పదునైన చూపుల చేత

చిక్కడమంటే......

అది రక్షణకైనా లేక

రాక్షసానికైనా !!

69. నా పాపాయి

ఏనాటి ఋణమో..

నాకీనాటి వరమై

నా గర్భగుడిలో వెలసిన దేవత నీవమ్మా!

ఏ నోము ఫలమో...

నాకీనాడు ప్రతిఫలమై

నా చెంత కు చేరిన అందాల జాబిల్లివి నీవు.

నీ చిన్మయ రూపంతో నా చింతలు తొలగించి ...

సుతి మెత్తని నీ స్పర్శ తో ...

నను ముద్దాడంగా..

నే మురిసితినే...

అమ్మనై..

నీ తన్మయత్వం లో మునిగి హృదయానందం పొందితిని...

ఏ నాటి బంధమో ..

నా కీనాడు పేగు బంధమై,

అమ్మగా, నా జన్మ తరియింపా..

అమ్మకు అపురూపమై,
నాన్నకు ప్రతిరూపమై...
మా ఇంట వెలిసావే..
నా ఒడిని చేరిన మా ముద్దుల పాపవు నువ్వే లే!

జో లాలి జో జో జో కన్నా అంటూ...
నిను లాలించే .. భాగ్యం నాదేలే...

నీ అలకలు సిరి నగవులై మురిపించంగా...
నీ నవ్వులు సిరి వెన్నెలలై విరబూయంగా...

నీ పాదాల సిరి మువ్వలు రవళించంగా...
మా ఇంటి లోగిళ్లే ... మురిసేనే...

నీ రాకతో వైభోగం వచ్చేనే...
మా ఇంటి కి దేవత నీవమ్మా...

నీ అల్లరితో, అలకలతో...
నీ పసి ప్రాయం లోకి నన్ను లాగితివే....
పసిపాపగా నను మార్చితివే...
ఏ సిరులూ నీకు సాటిరావుగా..

నీ బోసి నవ్వులే ..

ముత్యపు జల్లులై , నిత్యం మమ్ము తడపంగా...

వర్ధిల్లు నా తల్లి..

ముక్కోటి దేవతలే నిను దీవించగ రాగా..

వర్ధిల్లు నా తల్లి..

ఆయురారోగ్యాలతో...అష్టైశ్వర్యాలతో...

వర్ధిల్లు నా తల్లి.. వర్ధిల్లు.

70. ఆనందం

నీ కన్నులు సంధించిన
నీ చూపుల అస్త్రాల ధాటికి !!

కాటుక గడప దాటని ,
కనురెప్పల తలుపుల చాటున నక్కి ఉన్న నా తలపులన్నీ .....
ఒక్కసారిగా !!!

ఉద్వేగభరితమై !
పెల్లుభుకెను భావతరంగాలై !!

అణువణువూ రేపిన ఆ ప్రకంపనలన్నీ...
మొదలు పెట్టాయి...

అలుపే లేని ... అవధులు లేని.....
కన్నుల సయ్యాట !!
నీ కన్నులతో !!

ఆ క్షణం !
క్షణమైనా...
అంతమెరుగని ఆనందం

KASTURI VIJAYAM

www.kasturivijayam.com
+91 9515054998

SUPPORTS

- PUBLISH YOUR BOOK AS YOUR OWN PUBLISHER.

- PAPERBACK & E-BOOK SELF-PUBLISHING

- SUPPORT PRINT ON-DEMAND.

- YOUR PRINTED BOOKS AVAILABLE AROUND THE WORLD.

- EASY TO MANAGE YOUR BOOK'S LOGISTICS AND TRACK YOUR REPORTING.

www.ingramcontent.com/pod-product-compliance
Lightning Source LLC
LaVergne TN
LVHW011959070526
838202LV00054B/4974
* 9 7 8 8 1 9 8 7 1 0 8 5 7 *